AS
E
M

BA ĐOÁN XEM CON YÊU BA ĐẾN ĐÂU

Tác giả
Sam McBratney

Minh họa
Anita Jeram

To Liz with love,
A.J.

This edition published in 1995 by
Magi Publications, 55 Crowland Avenue,
Hayes, Middx UB3 4JP

First published in Great Britain in 1994 by
Walker Books Ltd, London

Text © 1994 Sam McBratney
Illustrations © 1994 Anita Jeram
Vietnamese translation © 1995 Magi Publications

Printed and bound in Hong Kong

ISBN 1 85430 387 2

GUESS HOW MUCH I LOVE YOU

Written by
Sam McBratney

Illustrated by
Anita Jeram

TRANSLATED BY
MY TANG

MAGI PUBLICATIONS
LONDON

Thỏ Con Màu Hạt Dẻ sắp đi ngủ, chú nắm
chặt lấy đôi tai dài của Thỏ Lớn
Màu Hạt Dẻ.

Little Nutbrown Hare, who was
going to bed, held on tight to
Big Nutbrown Hare's very long ears.

Chú muốn biết chắc là Thỏ Lớn Màu Hạt Dẻ
đang lắng tai nghe.
"Ba đoán xem con yêu ba đến đâu," chú hỏi.
"Ồ, ba không nghĩ là ba có thể đoán được,"
Thỏ Lớn Màu Hạt Dẻ đáp.

He wanted to be sure that Big Nutbrown
Hare was listening.
"Guess how much I love you," he said.
"Oh, I don't think I could guess that,"
said Big Nutbrown Hare.

"Ngần này," Thỏ Con Màu Hạt Dẻ
vừa nói vừa hết sức dang rộng
hai cánh tay chú ra.

"This much," said Little
Nutbrown Hare, stretching out
his arms as wide as they could go.

Đôi tay của Thỏ Lớn Màu Hạt Dẻ lại còn dài hơn.
"Nhưng ba yêu CON bằng ngần này cỏ," chú nói.
Ừm, như vậy thì nhiều thật, Thỏ Con
Màu Hạt Dẻ ngẫm nghĩ.

Big Nutbrown Hare had even
longer arms.
"But I love YOU this much," he said.
Hmm, that is a lot, thought Little
Nutbrown Hare.

"Con yêu ba
đến hết mức
con với,"
Thỏ Con
Màu Hạt
Dẻ nói.

"I love you
as high as
I can reach,"
said Little
Nutbrown
Hare.

"Ba yêu con đến hết mức *ba với*," Thỏ Lớn Màu Hạt Dẻ đáp.

"I love you as high as *I* can reach," said Big Nutbrown Hare.

Như vậy cao thật,
Thỏ Con Màu Hạt
Dẻ ngẫm nghĩ.
Ước gì mình cũng có
đôi tay như vậy.

**That is quite high,
thought Little
Nutbrown Hare.
I wish I had arms
like that.**

Rồi Thỏ Con Màu Hạt Dẻ nẩy
ra một sáng kiến.
Chú chồng chuối và lấy
đôi chân với lên tận
thân cây.

Then Little Nutbrown
Hare had a good idea.
He tumbled upside
down and reached
up the tree trunk
with his feet.

"Con yêu ba cao
đến tận ngón
chân con!" chú nói.

"I love you all
the way up to
my toes!"
he said.

"Và *ba* yêu con cao đến tận ngón chân con,"
Thỏ Lớn Màu Hạt Dẻ
vừa đáp vừa quăng
Thỏ Con Màu Hạt Dẻ
qua đầu mình.

"And *I* love you all the way up to your toes,"
said Big Nutbrown Hare, swinging him up over his head.

"Con yêu ba cao
    đến hết mức con
NHẢY!" Thỏ Con
    Màu Hạt Dẻ
        vừa cười,

vừa nhảy
    tưng tưng.

"I love you as high
as I can HOP!"
laughed Little
Nutbrown Hare,

bouncing up
and down.

"Nhưng ba yêu con cao đến hết mức *ba* nhảy,"
Thỏ Lớn Màu Hạt Dẻ tủm tỉm - và chú nhảy
cao đến mức đôi tai dài của chú chạm cả lên
cành cây ở trên.

"But I love you as high as *I* can hop," smiled
Big Nutbrown Hare – and he hopped so
high that his ears touched the
branches above.

Nhảy như vậy giỏi thật, Thỏ Con Màu Hạt Dẻ ngẫm nghĩ. Ước gì mình cũng nhảy được như vậy.

That's good hopping, thought Little Nutbrown Hare. I wish I could hop like that.

"Con yêu ba suốt con đường xa đến tận con sông,"
Thỏ Con Màu Hạt Dẻ kêu.

**"I love you all the way down the lane as far as
the river," cried Little Nutbrown Hare.**

"Ba yêu con suốt qua con sông và đến tận những quả đồi," Thỏ Lớn Màu Hạt Dẻ trả lời.

"I love you across the river and over the hills," said Big Nutbrown Hare.

Như vậy xa thật, Thỏ Con Màu Hạt Dẻ
ngẫm nghĩ. Chú buồn ngủ qúa hầu như không
nghĩ gì được nữa.
Rồi chú nhìn vượt qua đám bụi gai,
nhìn vào đêm tối dày đặc.
Không có gì có thể xa hơn
bầu trời.

That's very far, thought Little Nutbrown Hare.
He was almost too sleepy to think any more.
Then he looked beyond the
thorn bushes, out into the big
dark night. Nothing could be
further than the sky.

"Con yêu ba đến tận ÔNG TRĂNG,"
chú nói, và nhắm mắt lại.
"Ồ, như vậy xa thật,"
Thỏ Lớn Màu Hạt Dẻ nói.
"Như vậy xa, xa thật."

"I love you right up to
the MOON," he said,
and closed his eyes.
"Oh, that's far," said
Big Nutbrown Hare.
"That is very, very far."

Thỏ Lớn Màu Hạt Dẻ đặt Thỏ Con Màu Hạt Dẻ vào trong giường làm bằng lá cây.

Big Nutbrown Hare settled Little Nutbrown Hare into his bed of leaves.

Chú ghé người lên và
hôn chú ngủ ngon.

He leaned over and
kissed him good
night.

Rồi chú nằm xuống bên cạnh
và thì thầm với một nụ cười,
"Ba yêu con đến tận ông trăng -
VÀ TRỞ LẠI,"

Then he lay down close by
and whispered with a smile,
"I love you right up to the moon –
AND BACK."